ఆగిన గుండె పనిచేయించవచ్చుట.
<u>భారతదేశ ఔన్నత్యం</u>
నిజాం మరియు రజాకార్ల రోజులు

MANTRI PRAGADA MARKANDEYULU,

Poet, Novelist, Song and Story Writer
B. Com, DBM, PGDCA, DCP,
(Visited Nairobi-Kenya, East Africa)
(Retd. Public Sector Enterprise Officer)

Rabindranath Tagore Memorial Award

- The State of Birland Representative at Hyderabad-India
- CESAR VALLEJO AWARD 2021, UHE, Peru for Literary Excellence
- The Silver Shield Award from UHE, Peru for my Literary Excellence 2021.
- 2021 GOLDEN EAGLE WORLD AWARD FOR LITERARY EXCELLENCE, HISPAN WORLD WRITERS' UNION Peru
- Gujarat Sahitya Academy and Motivational Strips LITERARY EXCELLENCE

- *"Royal Kutai Mulawarman Peace International Institute, Philippines"*
- *Royal Success International Book of Records 2019 , Hyderabad-India*
- *Institute of Scholars Research Excellence Award-2020, Bangalore (India)*
- *Gujarat Sahitya Academy and Motivational Strips 2020, Gujarat-India*
- *Hon. Doctorate in Literature from ITMUT, Brazil. (2019)*
- *Literary Brigadier Honor (2018) from Story Mirror, Mumbai, India*
- *Spotlight Superstar Honor (2018) from Story Mirror, Mumbai, India*
- **Golden Ambassador General for Development and Peace at World Peoples Forum @ TWPF/BTYA, Bangladesh**
- **State of Birland at Bir Tawil Recognized Poet**
- **RKMPII Nobility Award 2021**
- **RKMPII HEART OF GOLD NOBLES Certificate 2021**
- **ISFFDGUN Internationally Accredited Certificate 2021.**
- **Dr. Sarvepalli Radhakrishnan Ratan Award 2021 – WHRC**
- **Mahatma Gandhi Humanity Award 2021 – WHRC**

Hyderabad - Telangana State (INDIA)
Email: mrkndyl@gmail.com

+91-9951038802
+91-8186945103
Twitter: @mrkndyl68

****

ఇందులో మూడు కథలున్నవి. అందరికీ విజ్ఞ్యానం కలిగిస్తుందని, మరియు, చిన్న పిల్లలకి, చదువుకునే వారికి, పెద్దవారికి కూడా చాలా జ్ఞ్యానబోధ కలిగి ఉత్సాహంగా ఉంటారని ఆశిస్తున్నాము.

ఆగిన గుండె పనిచేయించవచ్చుట + భారతదేశ ఔన్నత్యం + నిజాం మరియు రజాకార్ల రోజులు

****

ఆగిన గుండె పనిచేయించవచ్చుట. చనిపోయిన వాళ్లు బతుకుతారు అన్న ఆశ మనిషికి మొదలైంది.

ఈ సృష్టిలో ఇతర జీవులతో పోలిస్తే మనిషికున్న లక్షణాలే వేరు. అవే

మనిషిని ఇతర ప్రాణుల నుండి వేరు చేస్తున్నాయి. మనిషికి ప్రత్యేక లక్షణాలు ఎక్కువ. జంతువులకు, వృక్షాలకు లేని ప్రత్యేక గుణం మానవులకు ఉంది. ఆలోచనా శక్తి మనిషి తన మెదడుతో ఆలోచించి నిర్ణయాలు తీసుకుంటాడు. వేరే జీవరాశులకు అలాంటి శక్తి లేదు. మనిషి ఆరోగ్యంగా ఉండాలంటే, అన్ని ఆహారపు అలవాట్లు, రోజువారీ జీవన విధానం, క్రమ శిక్షణ, వ్యాయామం, దురలవాట్లు లేకుండా ఉండటం, మంచి ఆలోచనలు కలిగి ఉండాలి. ప్రతి అవయవం ఆరోగ్యంగా పని చేయాలి. ఏ

అవయవం పనిచేయలేక పోయినా మన ఆరోగ్యానికి ప్రమాదం కలుగుతుంది. మన శరీరంలోని అతి ముఖ్యమైన అవయవాల్లో గుండె ఒకటి. ఇది శరీరానికి రక్తాన్ని సరఫరా చేస్తుంది. గుండె సరిగ్గా పని చేసినప్పుడే మనం ఆరోగ్యంగా ఉంటాం. గుండె నిబ్బరంగా ఉంటె, మనిషి కూడా గుండె ధైర్యంతో ఉంటాడు. మనసు ప్రశాంతత గా ఉంటె గుండె కూడా ప్రశాంతంగా పనిచేస్తుంది. మనిషికి ఏమాత్రం చెడ్డ అలవాట్లు, పాడు అలవాట్లు ఉంటె, గుండె కూడా నీరుకారుస్తుంది. గుండె కూడా

శక్తిహీనంగా మారటానికి ఆస్కారం ఉంది. గుండె బలం, కండ బలం, మనో ధైర్యం, ఆత్మబలం, ఇవన్నీ మనిషిని ఆరోగ్యవంతంగా ఉంచుతాయి.

ఆరోగ్యవంతుడి గుండె నిమిషానికి 72 సార్లు కొట్టుకుంటుంది. బీపీ ఎక్కువైతే మన గుండె కొట్టుకునే వేగం ఎక్కువవుతుంది. ఇలా కానీ జరిగితే ప్రాణం పోయే అవకాశం కూడా ఉంటుంది. గుండె ఆగిపోవడం అంటే ప్రాణం పోవడం అని అర్థం. ఆగిన గుండెను తిరిగి కొట్టుకునేలా చేయడం బ్రహ్మ దేవుని తరం కూడా కాదు. అది మొన్నటి

వరకు అందరి మనసులోని మాట. కానీ ఆగిన గుండెను కూడా పని చేయించవచ్చుట. ఒక్కసారిగా కొట్టుకోవడం ఆగిపోయిన గుండెను తిరిగి కొట్టుకునేలా చేస్తే ఇక ప్రపంచంలో చావు అనే దానికి తావే ఉండదు. ఈ ఊహే మనకు ఎంతో ఆనందాన్ని ఇస్తుంది. ఆగిన గుండెను తిరిగి కొట్టుకునేలా చేయడం సాధ్యమవుతుందని కొందరు పరిశోధకులు, శాస్త్ర వేత్తలు, సైంటిస్ట్స లు చెబుతున్నారు.

ఆగిన గుండె యొక్క కండరాలను మళ్లీ కదిలించి పని చేయించవచ్చని వారు

చెబుతున్నారు. అమెరికాలో ఓ యూనివర్సిటీకి చెందిన కొందరు పరిశోధకులు మనిషి యొక్క ఆగిన గుండెను తిరిగి పనిచేయించడంపై తీవ్రంగా పరిశోధనలు చేస్తున్నారట. దీనికోసం ఫ్రాంకన్ స్టైన్ (Frankan Stine) అనే టెక్నాలజీనీ తయారు చేస్తున్నారట. ఈ పరిశోధన బృందానికి భారత సంతతికి చెందిన ఒకరు సారథ్యం వహిస్తున్నారట. గుండె కండరాలలో కదలికలు తీసుకు రావడం వల్ల గుండెను పని చేయించవచ్చని ఈ పరిశోధకులు గట్టిగా చెబుతున్నారు. వారు అనుసరిస్తున్న ఫ్రాంకెన్ స్టైన్

టెక్నాలజీ ద్వారా గుండెకి ఎక్స్ ట్రా సెల్యులార్ మాట్రిక్స్ అనే పొడిని పంపడం ద్వారా గుండె కండరాలను పనిచేయించవచ్చని వారు చెబుతున్నారు.

ఈ పొడి కండరాల్లో ఉండే ప్రోటీన్లను, కండరాలను వేరు చేస్తుందట. ఈ వైద్య విధానాన్ని ఎండోపాట్రియల్ మాట్రిక్స్ థెరపీ (Endopatrial Matrix Therapy) అని అంటారు. ఈ థెరపీ చాలా తక్కువ ఖర్చుతో కూడుకున్నదని, అలాగే ఇది చాలా సులభమైనదని శాస్త్రవేత్తలు అంటున్నారు. ఈ విధానం వల్ల గుండెలోని

మృతకండరాలకు తిరిగి జీవం పోయవచ్చని పరిశోధకులు చెబుతున్నారు. ఇది ఇంకా పరిశోధన దశలోనే ఉందని ఈ పరిశోధన కనుక విజయమంతమైతే మానవాళికి ఇది శుభవార్తేనని వారు అంటున్నారు. ఈ టెక్నాలజీని త్వరగా రూపొందించగలిగితే మానవాళికి చావు అనేది రానే రాదు.

<u>భారతదేశ ఔన్నత్యం</u>

భరతుడు పరిపాలించిన దేశం -
అతి సుందరమైన భారత దేశం

దేశమంటే మట్టి కాదోయ్ -
దేశమంటే మనుషులోయ్

స్వాతంత్రం సంపాదించాం, సుఖ సంపద
పెంపొందించాం

స్వర్గాన్నే భూమికి తెస్తాం, వర్గాలను ఏకం
చేస్తాం.

గాంధీ గారు ఆయన పద్ధతిలో, పరిధిలో,
ఆయనకు   తోచినట్లుగా   సత్యాగ్రహం
చేశారు. అహింసా ధర్మాన్ని పాటించి
సమరం చేసి స్వాతంత్రాన్ని ప్రజల

చేతిలో పెట్టారు. స్వాతంత్రం వచ్చిన కొత్తలోనే మరణించారు.

ప్రతీ రాజు సమర్ధుడు కాడు.

ప్రతీ పాలకుడు యోగ్యుడు కాదు.

కానీ నాయకులనే, పాలకులనీ ఎన్నుకునేవారు సమర్ధులు, విద్యావంతులు, జ్ఞ్యానం కలిగినవారు, విచక్షణ కలిగినవారు.

మరి తప్పొప్పుల బేరీజులో ప్రజలదే కదా తప్పు నిర్ణయం.

నీది తప్పంటే నీది తప్పనుకునే కంటే ఎవరికి అవకాశం వచ్చినపుడు వారు, వారి ధర్మాన్ని, కర్తవ్యాన్ని నిర్వర్తించాలి.

మన దేశం భారత దేశం పుణ్య భూమి, కర్మ భూమి, కళల భూమి, ఆధ్యాత్మికత సుసంపన్నం చేసుకున్న భూమి.

వృత్తుల నైపుణ్యం ఉన్న భూమి.

మేధస్సు పొంగి పొర్లుతున్న భారతం, స్వర్ణ భారతం మనది.

ప్రపంచాన్ని శాసించగల సత్తా ఉన్న ప్రజలు మన భారతీయులు.

ధైర్యం, సాహసం, తేజస్సు, మేధస్సు ఎలా ఉపయోగించుకోవాలో అన్నఅయోమయంలో ఉన్న యువత.

కొద్దిపాటి నిజాయితీ తో కూడిన దిశా నిర్దేశం అత్యావశ్యకం.

మనకున్న బలహీనతలు, అతి మంచితనం, అమాయకత్వం. అందుకే మొదటగా బాలలను వారి విద్యా పద్ధతులను ప్రక్షాళన చేయాలి.

కళలు 64. ఏ కళతో నైనా ఉపాధి మన ముంగిట్లో ఉంటుంది.

కళలకు కాణాచి భారత దేశం.

మరుగున పడివున్న కళలను పునరుజ్జీవింప జేయగలిగే పరిస్థితులను కల్పిస్తే, సామాజికంగా, ఆర్ధికంగా పైకి వచ్చి ఎన్నో కుటుంబాలు హాయిగా జీవితాలు గడుపుతాయి.

నూలు వస్త్రాలను ప్రపంచ వ్యాప్తంగా ఆదరిస్తున్నారు.

సహకార పద్ధతిలో, కుటీర పరిశ్రమలతో ఏ గ్రామానికి ఆ గృసామం స్వయం ప్రతి పత్తిగా ఉంటె అదే అభివృద్ధి మంత్రం.

నగరాలు, పట్టణాలు కూడా పురోగమిస్తాయి.

ఇతరులను అనుకరించడం మాని మనకున్న వనరులతో ఎన్నో వస్తువులను తయారు చేయ గలిగే నైపుణ్యం భారతీయుల సొత్తు. బొమ్మలు వంటివి ఎన్నో చేయవచ్చు.

విద్యలో బేషజాలు, వింత పోకడలు లేకుండా భక్తి ప్రపత్తులతో, గౌరవ మర్యాదలతో అభ్యసిస్తేనే మేధస్సు సక్రమ

మార్గంలో పయనిస్తుంది. విద్యా జ్ఞ్యానానికి ఆకాశమే హద్దుగా ఉండాలి.

ఎక్కడ స్త్రీని గౌరవిస్తారో అక్కడ దేవతలు పూజలందుకుంటారని మన ధర్మ శాస్త్రం చెపుతుంది. అవకాశాలిస్తే వారిలోని జ్ఞ్యానాన్ని ఎంతో ఉన్నతస్సంగా మలచుకోవచ్చు.

భారత దేశం యెనలేని సంపద కలది.

భారత దేశం ప్రక్రుతి సంపదలతో, అలరారుతూంటుంది.

పచ్చని పంటపొలాలు, ఫల వృక్షాలు, ఔషధీ వృక్షాలు, అడవులు, అడవి జంతువులూ, ప్రకృతి సౌందర్యం కలది మన భారత దేశం.

భారత దేశం మన పుణ్య భూమి, కర్మ భూమి, ధన్య భూమి.

భారత దేశం ప్రక్రుతి సంపదలతో, అలరారుతూంటుంది.

పచ్చని పంటపొలాలు, ఫల వృక్షాలు, ఔషధీ వృక్షాలు, అడవులు, అడవి జంతువులూ, ప్రకృతి సౌందర్యం కలది మన భారత దేశం.

భిన్నత్వంలో ఏకత్వం కల గొప్ప దేశం మన భారత దేశం.

అంటే, రక రకాల జాతులు, మతాలూ, వర్ణాలు, భాషలు, అనేక రకాల వస్త్ర దారుణాలు కట్టు బొట్టూ తేడాలు ఉన్న కూడా జనం అంతా ఒక్కటిగా జీవిస్తారు.

అందుకుకే మన భారత దేశ ఆచార వ్యవహారాలూ, సంప్రదాయశాలు, జీవన

విధానం, ఆహారపు అలవాట్లు, కట్టు బట్టలు, నాగరికత, అన్ని అరువది నాలుగు కళల తో విరాజిల్లే దేశం మన భారత దేశం.

భారత దేశం లోని విద్యా విధానం కూడా ఒకే విధం గా ఉంటె, తార తమ్యాలులేకుండా, అనేక రాష్ట్రాలలో చదువుతున్న విద్యార్థులకు దేశం లో ఎక్కడైనా ఉద్యోగావకాశాలు రావడానికి దోహదపడతాయని మన భారత ప్రభుత్వం ఒక ఆలోచన చేస్తే బాగుండును.

నిజంగా చెప్పాలంటే, ప్రపంచంలో ఇంగ్లీష్ ఎక్కువగా మాట్లాడే దేశం, రెండవ దేశం మన భారత దేశం. ఇది గర్వించదగ్గ విషయం. భారత దేశం లో సుమారు వెయ్యి భాషలున్నాయి.

ప్రపంచంలో అత్యధిక శాకాహారులున్న దేశం భారత దేశం.

అన్నదాతా రైతన్నా:

రైతన్నా ఓ రైతన్నా,

దేశానికే అన్నదాతవన్నా.

రైతన్నా ఓ రైతన్నా,నీకు గౌరవమంటే

మాకేనన్నా. రైతన్నా ఓ రైతన్నా,

మాగాణీలకు నువ్వే రాజన్నా,

పంటపొలాలకు మహారాజన్నా

దేశానికే పట్టుకొమ్మమా

రైతన్నా ఓ రైతన్నా,మాగాణికీ ఒక మణి

హారం. జైకిసాన్ అనే నినాదం

దేశానికే ప్రగతిపథం.

వజ్రం లాంటి పంటపొలం,

రైతన్నల కష్టఫలం,

మనుషులకే ఇది జీవనం,

దేశానికిది శుభప్రధం. ఏమన్నా రైతన్నా,

అన్నదాతవు నీవన్నా,

మార్గదర్శివి నీవన్నా,

పల్లెలకే ఒక వరమన్నా.

గరీబుదేశం కాదన్నా,

రైతుల కష్టం చాలన్నా,

ప్రజలకోసం నీవన్నా,

దేశంకోసం నువ్వన్నాప్రజాహితుడవు నీవ

న్నా, గౌరవమంటే నీదన్నా

గాంభీర్యం నీలోవుందన్నా,

వజ్రంమనసు నీదన్నా.

జై జవాన్ - జై కిసాన్

నినాదమే మనదమ్మా,

ప్రజాక్షేమం చూడమ్మా,
దేశానికే ముద్దుబిడ్డవి నీవమ్మా.
ఓ రైతన్నా మా రైతన్నా,
నీ గౌరవమే మా అభినందనం,
రైతంటే మాటలు కాదన్నా,
కష్టానికి మణిహారం నీవన్నా.ఆప్యాయత
– మమతలు, అనురాగం – ఆత్మీయత,
రైతన్న కిద్దాం – రక్షకులకిద్దాం,
మనప్రజలు - మనపల్లె - మనవూరు మ
నదేశం.
జవానులే దేశానికి రక్ష,
కిసానులే భూమికి సురక్షా,
రైతన్నల కష్టఫలం,
బంగారుపంట ప్రతిఫలం.

రైతన్నా ఓ రైతన్నా,
వందనం నీకు మా అభివందనం.

.....

ఇంకొక గొప్ప విషయం ఏమిటంటే, 90
దేశాలకు తమ ప్రాజెక్ట్ లను మన భారత
దేశం   సాఫ్ట్వేర్ కంపెనీలు ఎగుమతి
చేస్తున్నాయి.

జాతీయ క్రీడా అనేది లేని దేశం మన
భారత దేశం.

భారత దేశంలో ఎన్నో పురాణ గాథలు,
చారిత్రక గాథలు, పౌరాణిక గాథలు, ఎన్నో
కలవు.

ఆసియా సింహాలను పరిరక్షిస్తున్న దేశం,
భారత దేశం.

ఇంకనూ ప్రస్తావిస్తే, మన దేశ రాజ్యగం, ప్రపంచ దేశాల రాజ్యాంగాల కంటే గొప్పది, అని చెప్పడానికి అతిశయోక్తి కాదు.

ఎంతో మంది పుణ్య పురుషులు జన్మించారు.

మన దేశంలో ఎన్నో నదులు ఉన్నాయి.

ఉదాహరణకి, గంగా, యమునా, సరస్వతి పవిత్రమైన త్రివేణి సంగమం కలదు.

ఇంకనూ, కృష్ణ, గోదావరి, కావేరి, తుంగభద్రా, పెన్నా, బ్రహ్మ పుత్ర, సరస్వతీనది, నర్మదానది, సింధూనది:

గంగా మహానది,

(గంగ నది కి ప్రధాన ఉపనదులు:

రాంగంగ, కాళి లేదా శారద, గోమతి, యమున, చంబల్, బెట్వా, కెన్, సింధ్, గండకి,)

భారత దేశం ఎంత పవిత్రమైన దేశం అంటే, ఈ క్రింద చెప్పిన వాటి ప్రకారం, మనకే అర్ధం అవుతుంది.

నది అనగా సహజమైన జల ప్రవాహము.

ఎత్తైన కొండలలో, సరస్సులలో పుట్టి వాలుకు ప్రవహించి, మైదానముల ద్వార ప్రవహించి చివరికి సముద్రములో కలుస్థాయి.

నదులు నాగరికథకు నిలయాలు.

ప్రపంచవ్యాప్తంగా అనేక ప్రసిద్ధి పొందిన నాగరికథలు నదీతీరాల వెలసినవే.

నదులను ముఖ్యంగా రెండు రకాలుగా విభజించ వచ్చు.

1. జీవ నదులు.

2. వర్షాధార నదులు.

జీవనదులు ఎల్లప్పుడు ప్రవహిస్తుంటాయి.

సామాన్యంగా ఇవి హిమాలయా పర్వతాలలో పుట్టి మైదానాల ద్వారా ప్రవహించి సముద్రములో కలుస్తాయి.

ఎండా కాలంలో మంచు కొండల్లో మంచు కరగడం వల్లనూ, వర్షా కాలంలో వర్షపు నీటితోను ఈ నదులు సంవత్సకాలమంతా ప్రవహిస్తుంటాయి.

కనుక వీటిని జీవ నదులు అని అంటారు.

కొన్ని నధులు వర్షాకాలములోనే ప్రవహిస్తాయి.

ప్రజల మనుగడ నదులమీదనే ఆధారపడి
యున్నది.

నదీ జలాలు పంట పొలాలకు ఉపయోగ
పడి వంటలు పండుతున్నాయి.
త్రాగునీటికుపయోగ పడుతున్నాయి.

నదులు రవాణా మార్గాలుగాను
ఉపయోగపడుతున్నాయి.

చేపల పెంపకానికి ఉపయోగ పడి అనేక
మందికి జీవనోపాది లభిస్తున్నది.

జలవిద్యుత్ తయారీకి నదులపైనే
ఆదారపడవలసి యున్నది.

భారత దేశం లో ఎన్నో నిధులు కలవు.
ఉదాహరణకి, బంగారము, వెండి,
ముత్యాలు, రత్నాలు, పగడాలు, వజ్రాలు,

వైఢూర్యాలు, మరకతాలు, మణి మాణిక్యాలు, భూగర్భ ఖనిజాలు గలవు.

భారత దేశం బంగారు దేశం- భారత దేశం అన్నపూర్ణ దేశం

మేలుకో సోదరా: మేలుకో ఓ కష్టజీవి, కష్టమంటే తెలుసుకో, భాద్యతే నిలుపుకో,

అలుపెరుగక జీవించు - కష్టాలను కడతేర్చు.జీవంలో జీవమై - కష్టానికి కష్టమై, కార్మికుడే పయనిస్తే మారేనురా కాలం, కష్టాల కడలిలో శ్రమదానం చేయరా

అడుగు ముందుకేయారా - చదువు వొడిశ్వాసలో. కండలే కాదురా –

ధైర్యమే, పెంచారా, గుండెబలం చూపరా - సాహసాల బాటలో, జ్ఞానమే తోడైతే - జీవనమే మారురా, ధనమేరా లోకము - సంపాదనకే మార్గము. శ్రమజీవికి కావాలి - ఆదర్శం నిండుగా, కావాలి మెండుగా - జీవితాల ఆశయం, పైకెదగారా - స్వయంకృషి బాటలో, బ్రతకరా నిండుగా - నూరేళ్ళ శ్వాసతో. కార్మికుడే స్ఫూర్తయితే

మనుగడలే మారురా, కర్షకుడే పంటేస్తే - ధాన్యమే మెండురా, శ్రమశక్తి తోడైతే - దేశమే మారురా, కష్టజీవి తలుస్తే - కానీపని యెదిరా. కార్మికా లేవరా - కష్టజీవి సాగరా, నిండుగా బ్రతకరా - అందరికి తోడుగా నీదేరా జీవితం -

పదిమందికి ఆశయం సాగించు జీవనం
- సంస్కరణల స్ఫూర్తితో.

మారేనురా కాలం నీకోసం మెండుగా,
సంస్కరణల సంగం - నీకోసమే
మార్చెను

పైకెదగారా శ్రామికా - ముందంజ
వేయరా, కాలంతో నడవరా - పెట్టుబడి
దారిలో.

నీదేరా జగం - బాటసారి పయనంలో,
కల్మషం లేకుండా - కష్టాలే భస్మమై,

వేయరా పూలబాట - లక్షాలాది
మార్గంలో, కావాలి మార్గదర్శి - కష్టాల
జీవికి.

. . . .

నదులన్నీ ఎక్కువగా ఉత్తర దేశాన గలవు.

నిధులన్నీ దక్షిణ భారత దేశాన గలవు.

మందిర్ లు, మజీద్ లు, స్వర్ణ ఆలయాలు, గురుద్వార్ లు, క్రీస్తు ప్రార్థనా మందిరాలు, జైన్ మందిరాలు కలవు.

అనేక మైన, అవతార పురుషులు, (రాముడు, కృష్ణుడు, బుద్ధుడు, రామకృష్ణ పరమహంస, వివేకానందుడు.) జన్మించిన పుణ్య భూమి.

ఎంతో మంది త్యాగ మూర్తులు (గాంధీజీ, నెహ్రు జి, వినోబా భవే, డాక్టర్ బాబా సాహెబ్ భీం రావ్ రాంజీ అంబెడ్కర్,) ఈ భారత దేశం పుణ్య భూమి లో జన్మించారు.

ప్రపంచంలో ఏ దేశంలో లేని నది మన దేశంలో కలది గంగా నది. ఇది అతి పవిత్రమైన నది.

మన భారత దేశం లో ఎంతో మంది ప్రొఫెషనల్, ఇంటెలెక్టుల్స్, ఎకనామిస్ట్స్, టెక్నాలిగిస్ట్స్, అనలిస్ట్స్, బిజినెస్ టీకాన్స్, సోషలిస్ట్స్ అండ్ ఫిలాంత్రోపిస్ట్స్, ఎడ్యుకేషనలిస్ట్స్, పొలిటిషన్స్, ఉన్నారు.

మన భారత దేశంలో అన్ని రకాల సంస్థలు వున్నాయి, అవి, సైన్స్ అండ్ టెక్నాలజీ, డిఫెన్స్, అగ్రికల్చర్, కల్చర్, ఇన్ఫర్మేషన్ టెక్నాలజీ, గేమ్స్ అండ్ స్పోర్ట్స్, ఎంటర్టైన్మెంట్, ప్రోడక్ట్ దేవేలోప్మెంట్, మ్యానుఫ్యాక్చరింగ్, ఫైనాన్సియల్

సర్వీసెస్, ఎడ్యుకేషన్, ఫార్మసీ మరియు ఆధునిక టెక్నాలజీ డెవలప్మెంట్ మరియు రీసెర్చ్ డెవలప్మెంట్.

ఇవి మచ్చు తునకకే తెలియజేయడమైనవి.

మన భారత దేశం లో అనేక రకమైన ప్రభూత్వ సంస్థలు, ప్రైవేట్ సంస్థలు, బ్యాంకులు, పరిశ్రమలు, లఘు పరిశ్రమలు, కుటీర పరిశ్రమలు, కాలేజీలు,యూనివర్సిటీలు, బిజినెస్ కంపోయాను లు, స్టార్ హెూటల్ లు , సినిమా పరిశ్రమలు, ఇంకా ఎన్నో చెప్పలేనని కర్మా గారాలు, ఉన్నాయూయి.

మచ్చు తునకకి చెప్పాలంటే, సిమెంట్ ఇండస్ట్రీ, స్టీల్ ఇండస్ట్రీ, ఇటుకల తయారీ సంస్థలు, ఎలక్ట్రానిక్ ఇండస్ట్రీ, అగ్రికల్చరల్ ఇండస్ట్రీ, రీసెర్చ్ అండ్ డెవలప్మెంట్ సంస్థలు, వైన్ మ్యానుఫ్యాక్చరింగ్ ఇండస్ట్రీ, ఇన్ఫర్మేషన్ టెక్నాలజీ ఇండస్ట్రీ, ఫార్మా ఇండస్ట్రీ, హొటల్ ఇండస్ట్రీ, ఎంటర్టైన్మెంట్ ఇండస్ట్రీ, టూరిజం ఇండస్ట్రీ, మరియు ఎన్నో ఎన్నెన్నో చెప్పలేనన్ని కలవు. ఇది మన భారత దేశం ఔన్నత్యం తెలియజేయడానికి ఒక నిదర్శనం.

ఉచిత పథకాలు కాకుండా సముచిత విద్యా,ఉద్యోగ పథకాలతో జీవన స్థాయిలను పెంచి ఉత్తమ విలువలతో కూడిన జీవితాలను అందించాలి.

ప్రతీ యువకునికీ **NCC, military lo** శిక్షణ,వంటివి దేశభక్తిని పెంపొందిస్తాయి. రొటేషనులో ఊరికి రక్షణ ల్పించాల్సిన డ్యూటీలను యువత చేత చేయించాలి.

పీజీ ప్రోగ్రాం చదువుతున్న వారికి, ఇంజనీరింగ్ మరియు మనగెమెంత్ కోర్స్ లు చదువుతున్న వారికి ప్రాజెక్ట్ రూపంలో ఒక నెల గ్రామాల లో కానీ, సిటీ లలో కానీ, పంచాయతీ లలో కానీ, ప్రతీ రోజూ ఎనిమిది గంటలు పహారా కాయాలి. ఈ విధంగా చేస్తే ప్రజలు హాయిగా ప్రశాంతంగా, గుండె నిబ్బరంతో ఏ భయమూ లేకుండా నిదురపోతారు.

ప్రజాప్రభంజనం తీసుకు

రావాలి.దేశపరిస్థితి దిగజారి జాతినికుదిపె

కుర్రకారు మేలుకొలుపు నవజాతిని కదిపే జనులందరి మనసులలో ఒకే గీతం ఐక్యమత్యంగా ఉండాలనే జాతీయగీతం. ప్రజాప్రభంజనం మార్చెను దేశగతి ప్రక్షాళన దిశగా కదిలెను జగతి యువత లేచి, ఎదురు నిలిచె శత్రువులకు దేశం కోసం పోరాడామని మలిచే మిత్రులను.

<u>సంభవం:</u>*ధైర్యం, సాహసం నీదిరా, ఉడుము పట్టు పట్టారా, నీ ఉనికిని చాటరా, ఆదర్శం మెండుగా, కళ్ళలో నిండేరా విక్రమార్క ధైర్యము, కల్కి యొక్క రోషము. జ్ఞానమే విజ్ఞ్యామై భావమే నిండుగా పలుకరా ధీటుగా గరళానికి గాంభీర్యం గమ్యానికి గౌరవం, ఉనికిలేని జీవితం ఉత్తరుని ప్రతాపం ఉషోదయని కాంతిలో మెరుగుసాన పట్టారా. సంభవం కానిది లేదురా జగత్తులో, సంస్కారం నిండుగా,*

జీవనం చేయరా ప్రపంచమే నీదిరా, పయనించు ప్రకాశంగా ప్రాణంగా నిలువరా, పరుల సేవ చేయరా. ఆడింది ఆటగా, పాడింది పాటగా జీవితం చూడరా, సంబరం చేయరా. కన్నీళ్ళని తుడవరా, బాధలను మరవరా, అండగా నిలవరా, ఆదర్శంగా బతకరా, బతుకు జీవితాన్ని, బాగుపరచు నిండుగా, కలకాలం నిలవరా, నూరేళ్ళ పంటగా.

=======

నిజాం నవాబుల రోజుల వారి పరిపాలన మరియు రజాకార్ల రోజులు

చివరి హైదరాబాద్ నిజాం మీర్ ఉస్మాన్ అలీ ఖాన్ సిద్ధికీ లేదా అసఫ్ జా VII (ప్రిన్సిలి స్టేట్ అఫ్ హైదేరాబద్ ని 1911 - 1948 వరకు పరిపాలించాడు.

ప్రపంచాల్లోకెల్లా అతి పెద్ద ధనవంతుడిగా పేరుపొందారు. టైం మ్యాగజిన్ February 1937 లో.

1940 సంవత్సరంలో అమెరికన్ డాలర్ రెండు బిలియన్ ధనవంతుడిగా తెలియజేయబడినది. (యిప్పటికి ఇది డాలర్ 34.9 బిలియన్ గా చెప్పవచ్చు.

ఉస్మాన్ అలీ ఖాన్ సిద్ధికీ , ది లాస్ట్ నిజాం అసఫ్ జా vii దగ్గర ఉన్న బంగారము, జెవెల్ ఈ క్రింది విధంగా చెప్పబడినది.

బంగారం: డాలర్ వంద మిల్లియన్లు

జెవెల్స్: డాలర్ నాలుగు వందల మిలియన్ లు

డైమండ్ పేపర్ వెయిట్ వాడేవారు.

యాభై Rolls Royce cars వాడేవారు

ఉస్మాన్ అలీ ఖాన్ గారు పుట్టినతేది: 6 ఏప్రిల్ 1886.

ఉస్మాన్ అలీ ఖాన్, ది నిజాం అఫ్ హైదరాబాద్ సొసైటీ కి ఈ విధంగా సహాయం చేశారు.

ఉస్మానియా జనరల్ హాస్పిటల్ ని కట్టించారు.

హైదరాబాద్ హై కోర్ట్ ని కట్టించారు

అసఫియా లైబ్రరీ ని కట్టారు. అంటే ఇప్పుడు దీనిని స్టేట్ సెంట్రల్ లైబ్రరీ అంటారు.

అసెంబ్లీ హాల్ ని కటించారు.

జూబిలీ హాల్ ని కట్టించారు.

స్టేట్ మ్యూజియం ని కట్టించారు.

నిజామియా అబ్సర్వేటరీ ని కట్టారు.

ఇంకనూ చాలా మాన్యుమెంట్స్ ని కట్టారు.

ఉస్మానియా యూనివర్సిటీ, జామియా నిజామియా, the darul uloom deoband, బనారస్ హిందూ యూనివర్సిటీ మరియు అలీగర్ ముస్లిం యూనివర్సిటీ ని స్థాపించారు.

ఇంకనూ, హైదరాబాద్ స్టేట్ బ్యాంకు (స్టేట్ బ్యాంక్ అఫ్ హైదరాబాద్) స్థాపించారు. ఇప్పుడు దీనిని స్టేట్ బ్యాంక్ అఫ్ ఇండియా లో విలీనం చేశారు)

ఉస్మాన్ అలీ ఖాన్ సిద్దికీ, ది లాస్ట్ నిజాం అఫ్ హైదరాబాద్ అతి పెద్ధ

ధనవంతుడిగా ఉంటూ, 1967 లో చనిపోయారు.

మన భారత ప్రభుత్వం, లాస్ట్ నిజాం గారి జ్యువలరీ ని ఎక్సిబిషన్ లో పెట్టారు.

నిజాం ల పేర్లు ఇలా ఉన్నాయి.

1) Nizam Ul Mulk Asaf Jah 1 – Mir Qamaruddin Khan, Founder and First Ruler of Asaf Jahi Dynasty 1724 – 1748.

2) Nizamul Ul Mulk Asaf Jah II – Nizam Ali Khan 1762 – 1803.

3) Asaf Jah III - Mir Akbar Ali Khan Sikandar Jah 1803 – 1829

4) Asaf Jah IV - Mir Farkhunda Ali Khan Nasir-ud-Daula - 1829 – 1857

5) Asaf Jah V - Mir Tahniat Ali Khan Afzal-ud-Daula - 1857 – 1869

6) Asaf Jah VI - Mir Mahboob Ali Khan - 1869 – 1911

7) **Asaf Jah VII - Mir Osman Ali Khan 1911 – 1967**

(1911 – 1948 and titular nizam from 1948 until his death in 1967 Last ruler of

Asaf Jahi Dynasty)

8) Asaf Jah VIII – Mir Barkat Ali Khan Mukarram Jah Titular nizam 1967 – present.

నిజాలు ది లాస్ట్ నిజాం గురించి తెలుసుకోవలసినవి.

His Highness Nizam Sir Mir Osman Ali Khan Siddiqi Asaf Jah VII, more commonly known as Mir Osman Ali Khan Asaf Jah VII was the last Nizam of the princely state of Hyderabad.

Mir Osman Ali Khan, Asaf Jah VII was the world's richest man in the 1930s and the 1940s, with a wealth of over $2 Billion.

చాలా పెద్ద ఫామిలీ

చాలా ప్రదేశాలకు రాజు లేదా నావాబు

కట్టడాలతో చాలా ఉత్సాహం చూపేవారు (అజంతా, ఎల్లోరా గుహలను తిరిగి బాగుపరిచి శుభ్రంగా ఉంచేవారు ఔరంగాబాద్ లో. He also initiated the Archaeology department of Hyderabad.

ఆయన సాక్స్ లు ఆయనే తయారుచేసుకునేవారు. ఆయన కొట్టుకున్న దుస్తులు ఆయనే తనకు నచ్చిన కాల ధరించేవారు. ఆయనకు కావలసిన సిగరెట్లు తమ గెస్ట్ ల నుండి అడిగి తీసుకె వారు.

ఈయన దగ్గర్స 50 మిలియన్ పౌండ్స్ ధర పలికే పేపర్ వెయిట్ ని తాను వాడేవారు.

25 రూపాయల ఖరీదు చేసి ఒక రగ్గును మాత్రమే కొనమని తన సెర్వెంట్(servant) కు ఆర్డర్ చేశారు.

ఒకానొక టైం లో తన ధనాన్ని, గోల్డ్ అండ్ జ్యువలరీ ని భారతదేశం నుంచి తరలిద్దామని అనుకున్నారు. కీనీ, ఇలాంటి ఆలోచనని తరువాటా విరమించుకున్నారు.

హైదరాబాద్ ని అతి పెద్ద సిటీ గా భారత దేశంలో తయారు చేయాలనుకున్నారు, ఆ విధంగా అడుగులు ముందు కు వేశారు ఈ లాస్ట్ నిజాం ఉస్మాన్ అలీ ఖాన్ సిద్దికీ.

****

MANTRI PRAGADA MARKANDEYULU, Litt·D·,

Poet, Novelist, Song and Story Writer
B. Com, DBM, PGDCA, DCP,
(Visited Nairobi-Kenya, East Africa)
(Retd. Public Sector Enterprise Officer)

Rabindranath Tagore Memorial Award
- **The State of Birland (Bir Tawil) Representative at Hyderabad-India (www.birlandgov.org)**
- CESAR VALLEJO AWARD 2021, UHE, Peru for Literary Excellence
- **The Silver Shield Award from UHE, Peru for my Literary Excellence 2021.**
- **2021 GOLDEN EAGLE WORLD AWARD FOR LITERARY EXCELLENCE, HISPAN WORLD WRITERS' UNION Peru**
- **Gujarat Sahitya Academy and Motivational Strips LITERARY EXCELLENCE Honor**
- *Honored with "Royal Kutai Mulawarman Peace International Institute, Philippines"*
- *Royal Success International Book of Records 2019 Honor, Hyderabad-India*

- *Institute of Scholars Research Excellence Award-2020, Bangalore (India)*
- *Gujarat Sahitya Academy and Motivational Strips 2020 Honor, Gujarat-India*
- *Hon. Doctorate in Literature from ITMUT, Brazil. (2019)*
- *Literary Brigadier Honor (2018) from Story Mirror, Mumbai, India*
- *Spotlight Superstar Honor (2018) from Story Mirror, Mumbai, India*
- *Golden Ambassador General for Development and Peace at World Peoples Forum @ TWPF/BTYA, Bangladesh*
- *State of Birland at Bir Tawil Recognized Poet*
- *RKMPII Nobility Award 2021*
- *RKMPII HEART OF GOLD NOBLES Honor Certificate 2021*
- *ISFFDGUN Internationally Accredited Certificate 2021.*
- *Dr. Sarvepalli Radhakrishnan Ratan Award 2021 – WHRC Honor*
- *Mahatma Gandhi Humanity Award 2021 – WHRC Honor.*
Published 23+ Novels/Poems/Short Poems/Short Stories.

Hyderabad - Telangana State (INDIA)
Email: mrkndyl@gmail.com

+91-9951038802
+91-8186945103

www.ingramcontent.com/pod-product-compliance
Lightning Source LLC
LaVergne TN
LVHW041601240825
819434LV00034B/420
* 9 7 8 9 3 5 6 7 5 4 3 6 2 *